First Picture Dictionary
Animals
ફર્સ્ટ પિક્ચર ડિક્શનરી
પ્રાણીઓ

Pig
ડૂક્કર

Rabbit
સસલું

Butterfly
પતંગિયું

Fox
શિયાળ

Illustrated by Anna Ivanir

www.kidkiddos.com
Copyright ©2025 by KidKiddos Books Ltd.
support@kidkiddos.com

All rights reserved. No part of this book may be reproduced in any form or by any electronic or mechanical means, including information storage and retrieval systems, without written permission from the publisher, except in the case of a reviewer, who may quote brief passages embodied in critical articles or in a review.
First edition, 2025

Library and Archives Canada Cataloguing in Publication
First Picture Dictionary - Animals (English Gujarati Bilingual edition)
ISBN: 978-1-83416-549-3 paperback
ISBN: 978-1-83416-550-9 hardcover
ISBN: 978-1-83416-548-6 eBook

Wild Animals
જંગલી પ્રાણીઓ

Lion
સિંહ

Tiger
વાઘ

Giraffe
જિરાફ

- *A giraffe is the tallest animal on land.*
- જિરાફ જમીન પરનું સૌથી ઊંચું પ્રાણી છે.

Elephant
હાથી

Monkey
વાંદરું

Bear

રીંછ

Kangaroo

કંગારૂ

Crocodile

મગર

Camel

ઊંટ

Zebra

ઝેબ્રા

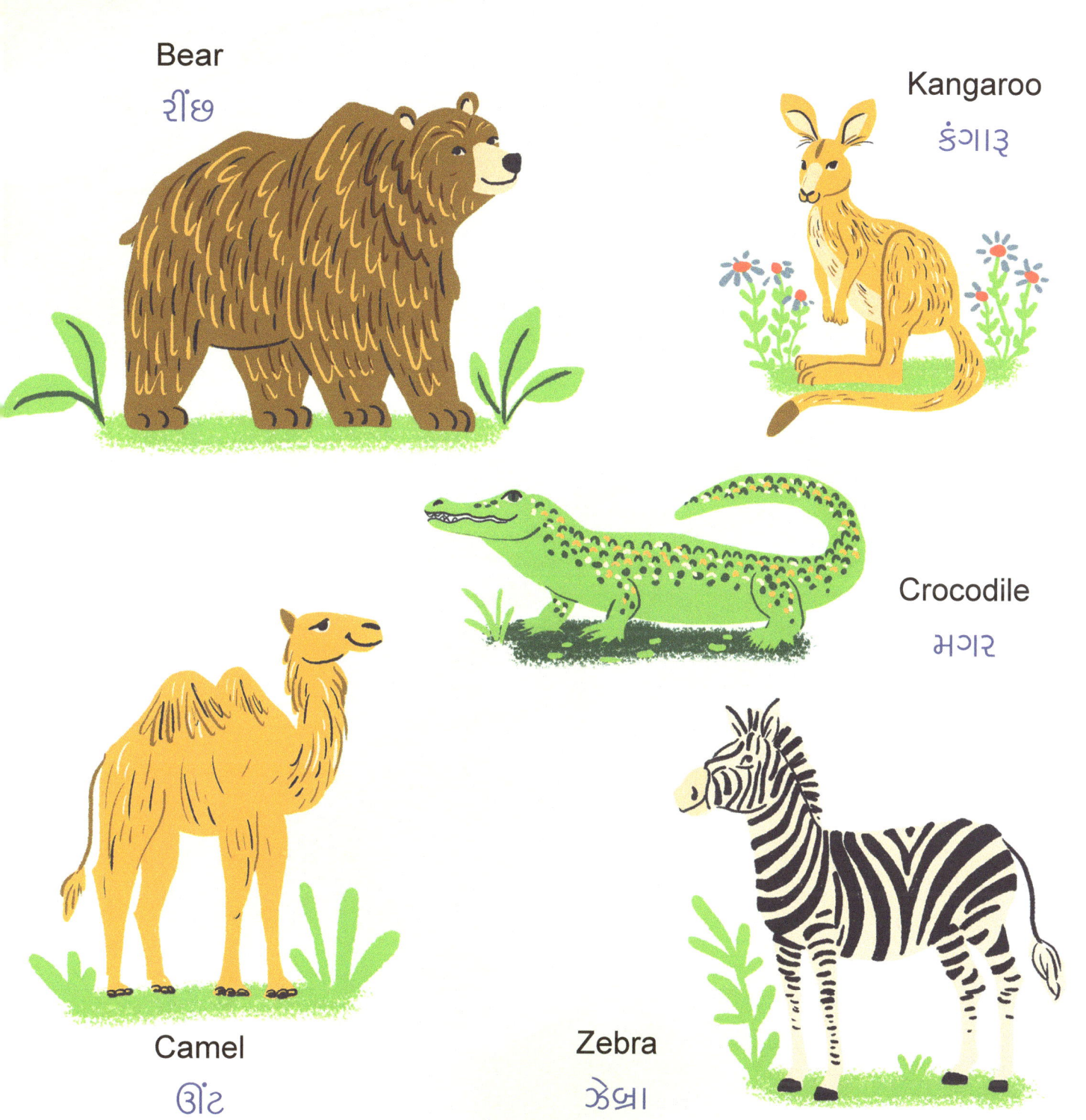

Wild Animals
જંગલી પ્રાણીઓ

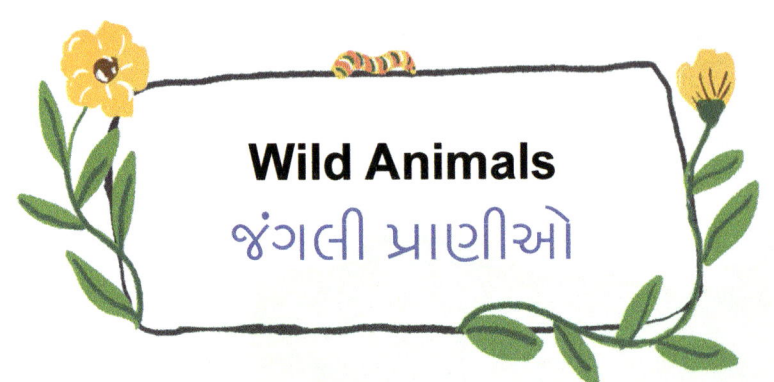

Hippopotamus
હિપોપોટેમસ

Panda
પાંડા

Fox
શિયાળ

Rhino
ગેંડો

Deer
હરણ

Moose
મૂસ

Wolf
વરુ

✦A moose is a great swimmer and can dive underwater to eat plants!

✦મૂસ શ્રેષ્ઠ તરવૈયા હોય છે, અને વનસ્પતિ ખાવા માટે તે પાણીની સપાટીની નીચે પણ જાય છે!

Squirrel
ખિસકોલી

Koala
કોઆલા

✦A squirrel hides nuts for winter, but sometimes forgets where it put them!

✦ખિસકોલી શિયાળા માટે બીજ છુપાવે છે, પણ ક્યારેક ભૂલી જાય છે કે તે ક્યાં રાખ્યા હતા!

Gorilla
ગોરિલા

Pets
પાળતું પ્રાણીઓ

Canary
કેનેરી

✦ A frog can breathe through its skin as well as its lungs!
✦ દેડકો તેનાં ચામડી અને ફેફસાં બંને દ્વારા શ્વાસ લઈ શકે છે!

Guinea Pig
ગિની પીગ

Frog
દેડકો

Hamster
હેમસ્ટર

Goldfish
ગોલ્ડફિશ

Dog
કૂતરો

◆ *Some parrots can copy words and even laugh like a human!*

◆ કેટલાક પોપટ શબ્દો ની નકલ કરી શકે છે અને માનવ ની જેમ હાસ્ય કરી શકે છે!

Cat
બિલાડી

Parrot
પોપટ

Animals at the Farm

ખેતરના પ્રાણીઓ

Cow

ગાય

Chicken

કૂકડો

Duck

બતક

Sheep

ઘેટું

Horse

ઘોડો

Pig

ડુક્કર

Rabbit

સસલું

Llama

લામા

✦*A goat can climb steep rocks and even trees!*

✦બકરો ઊંચા પથ્થરો અને વૃક્ષો પર પણ ચડી શકે છે!

Goat

બકરો

Peacock

મોર

Turkey

ટર્કી

Animals in Water
પાણીમાં રહેતા પ્રાણીઓ

Coral
પરવાળું

Octopus
ઓક્ટોપસ

Dolphin
ડોલ્ફિન

✦An octopus has three hearts and can change colors to hide!

✦ઓક્ટોપસ પાસે ત્રણ હૃદય હોય છે અને (શત્રુઓથી) છુપાવા માટે (પોતાનો) રંગ બદલી શકે છે!

Jellyfish
જેલીફિશ

Seahorse
સીહોર્સ

Shark
શાર્ક

Lobster

લોબસ્ટર

Walrus

વૉલરસ

✦A lobster has blue blood.

✦લોબસ્ટર નું રક્ત વાદળી હોય છે.

✦A seal can hold its breath for 30 minutes while diving underwater!

✦પાણીની અંદર ડાઇવ કરતી વખતે, સીલ 30 મિનિટ સુધી શ્વાસ રોકી શકે છે!

Seal

સીલ

Crab

કેકડો

Animals in the Sky
આકાશમાં ઉડતા પ્રાણીઓ

Seagull

સમુદ્રી પક્ષી

Woodpecker

લક્કડખોદ

✦*A hawk can spot a tiny mouse from high up in the sky!*

✦શ્યેન આકાશ માં ઉચ્ચાઈ થી નાનકડા ઉંદર ને જોઈ શકે છે!

Eagle

સમડી

Pigeon

કબૂતર

Hawk

બાજ

Mosquito

મચ્છર

Dragonfly

ડ્રેગનફ્લાય

✦A dragonfly was one of the first insects on Earth, even before dinosaurs!

✦પૃથ્વી પરના સર્વ પ્રથમ કીટકોમાં ડ્રેગનફ્લાયનો સમાવેશ થાય છે, તે ડાયનાસોર કરતાં પણ પહેલાં દેખાય હતી!

Bee

મધમાખી

Butterfly

પતંગિયું

Ladybug

લેડીબગ

Animals on Land
જમીન પર રહેતા પ્રાણીઓ

Grasshopper

તીડ

Snake

સાપ

✦*A snake smells with its tongue instead of its nose!*

✦સાપ નાકના બદલે જીભથી સુંઘે છે!

Anteater

એન્ટઈટર

Caterpillar

ઈયળ

Worm

કીડો

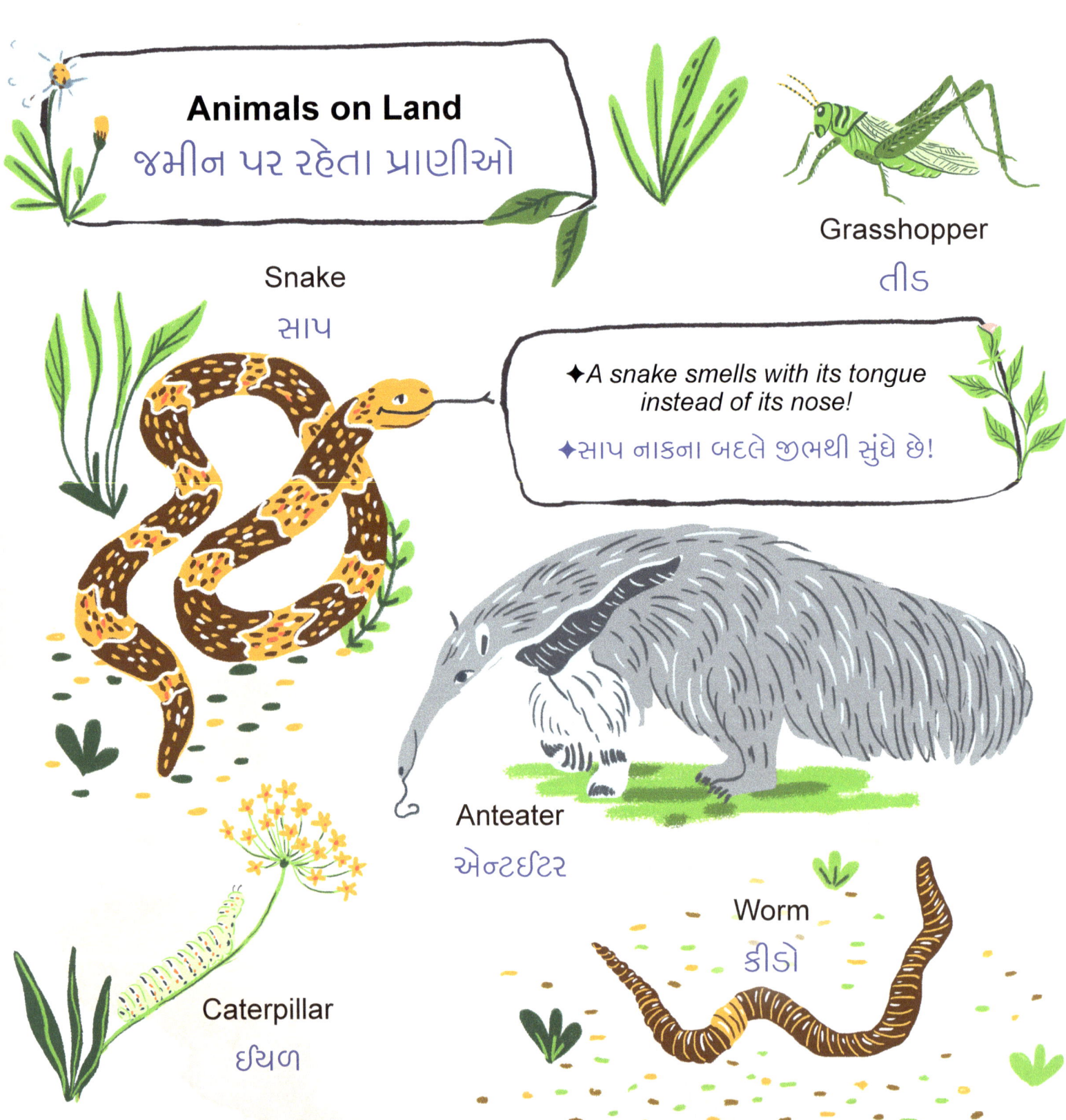

Badger
બેજર

Porcupine
શાહુડી

Groundhog
ગ્રાઉન્ડહોગ

✦ *A lizard can grow a new tail if it loses one!*
✦ જો છિપકલી તેની પૂંછડી ગુમાવે તો નવી પૂંછડી ઉગાડી શકે છે!

Lizard
ગરોડી

Ant
કીડી

Magical Animals
જાદુઈ પ્રાણીઓ

Unicorn
એકશૃંગી

Pegasus
પેગાસસ

Dragon
ડ્રેગન

Mermaid
જલપરી

Wild Cats
જંગલી બિલાડીઓ

Puma
પ્યુમા

Lion
સિંહ

Cheetah
ચિત્તો

✦ *A cheetah is the fastest animal on land.*
✦ ચિત્તો જમીન પરનું સૌથી ઝડપથી દોડતું પ્રાણી છે.

Lynx
લિંક્સ

Panther
કાળો ચિત્તો/પેંથર

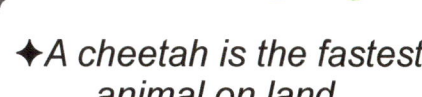

Big Animals
મોટા પ્રાણીઓ

Whale
વ્હેલ

Walrus
વૉલરસ

Buffalo
ભેંસ

Ostrich
શાહમૃગ

Hippopotamus
હિપોપોટેમસ

Bison
બાઈસન

Small Animals
નાનાં પ્રાણીઓ

Chameleon
કાચંડો

Spider
કરોળિયો

✦ *An ostrich is the biggest bird, but it cannot fly!*
✦ શાહમૃગ સૌથી મોટું પક્ષી છે, પણ તે ઉડી નથી શકતું!

Bee
મધમાખી

✦ *A snail carries its home on its back and moves very slowly.*
✦ ગોકળગાય તેની પીઠ પર પોતાનું ઘર લઈને બહુ ધીમે ચાલે છે.

Snail
ગોકળગાય

Mouse
ઉંદર

Quiet Animals
શાંત પ્રાણીઓ

Turtle
કાચબો

Ladybug
લેડીબગ

✦ *A turtle can live both on land and in water.*
✦ કાચબો જમીન પર અને પાણીમાં બંને જગ્યાએ રહી શકે છે.

Fish
માછલી

Lizard
ગરોળી

Loud Animals
અવાજવાળા પ્રાણીઓ

Donkey
ગધેડો

Rooster
કૂકડો

Frog
દેડકો

Wolf
વરુ

Hyena
હાયના

Polar Animals
ધ્રુવીય પ્રાણીઓ

Orca
ઓર્કા

Seal
સીલ

Puffin
પફિન

Reindeer
રેન્ડીયર

Penguin
પેંગ્વિન

Polar Bear
ધ્રુવીય રીંછ

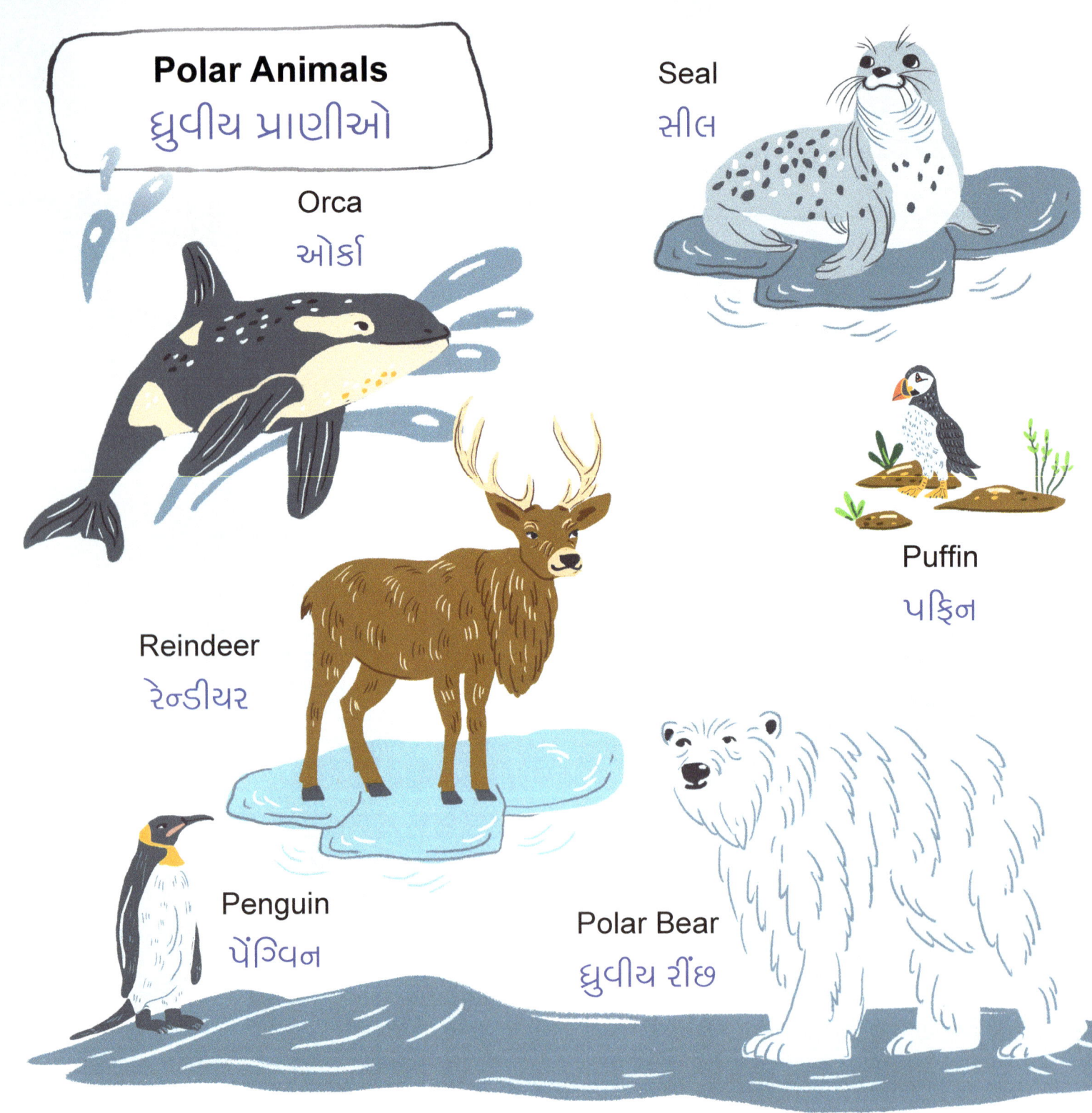

Jungle Animals
જંગલના પ્રાણીઓ

Orangutan
ઓરંગઉટાન

Panther
કાળો ચિત્તો/ પેંથર

Toucan
ટુકન

Gorilla
ગોરિલા

Iguana
ઇગુઆના

Anaconda
એનાકોન્ડા

Sloth
સ્લોથ

Nighttime Animals
રાત્રિના પ્રાણીઓ

Firefly
જગિયા

Badger
બેજર

Kiwi Bird
કિવી પક્ષી

Leopard
દીપડો

Hedgehog
હેજહોગ

Owl

ઘુવડ

Bat

ચામાચીડિયું

✦*An owl hunts at night and uses its hearing to find food!*

✦ઘુવડ રાત્રે શિકાર કરે છે અને ખોરાક શોધવા માટે તેની સાંભળવાની શક્તિનો ઉપયોગ કરે છે!

✦*A firefly glows at night to find other fireflies.*

✦જગિયા રાત્રે ચમકે છે અન્ય જગિયા શોધવા માટે.

Raccoon

રેકૂન

Tarantula

ટરેન્ટુલા

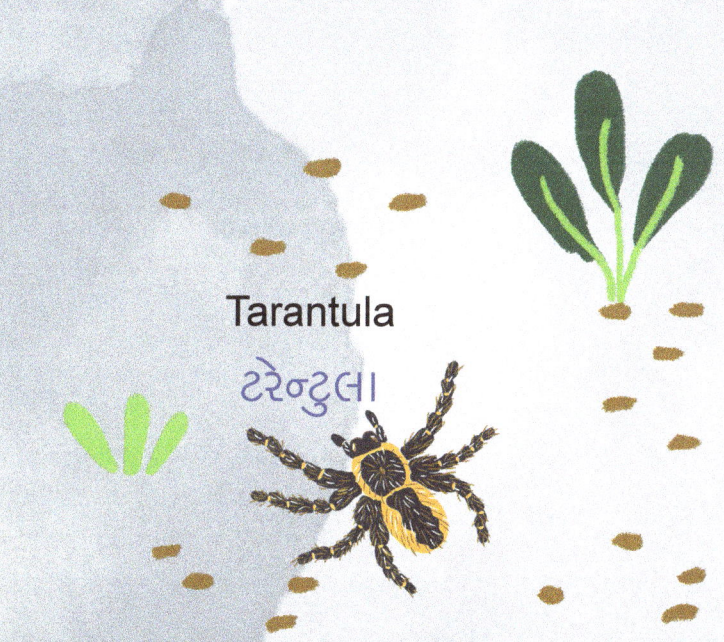

Colorful Animals
રંગીન પ્રાણીઓ

A flamingo is pink
ફ્લેમિંગો ગુલાબી છે

An owl is brown
ઘુવડ ભૂરો છે

A swan is white
હંસ સફેદ છે

An octopus is purple
ઓક્ટોપસ જાંબલી છે

A frog is green
દેડકો લીલો છે

✦ *A frog is green, so it can hide among the leaves.*

✦ દેડકો લીલો છે, તેથી તે પાંદડાં વચ્ચે છુપાઈ શકે છે.

A polar bear is white

ધ્રુવીય રીંછ સફેદ છે

A fox is orange

શિયાળ નારંગી છે

A koala is grey

કોઆલા રાખોડી છે

A panther is black

કાળો ચીતો કાળો છે

A chick is yellow

પક્ષીનું બચ્ચું પીળું છે

Animals and Their Babies
પ્રાણીઓ અને તેમના બાળકો

Cow and Calf
ગાય અને વાછરડું

Cat and Kitten
બિલાડી અને તેનું બચ્ચું

✦A chick talks to its mother even before it hatches.

✦મરઘીનું બચ્ચું ઇંડામાંથી નીકળે તે પહેલાં પણ તેની માતા સાથે વાત કરે છે.

Chicken and Chick
મરઘી અને તેનું બચ્ચું

Dog and Puppy
કૂતરો અને કુરકુરિયું

Butterfly and Caterpillar
પતંગિયું અને ઈયળ

Sheep and Lamb
ઘેંટું અને તેનું બચ્ચું

Horse and Foal
ઘોડો અને બચ્ચું

Pig and Piglet
ડુક્કર અને ડુક્કરનું બચ્ચું

Goat and Kid
બકરો અને બચ્ચું

www.ingramcontent.com/pod-product-compliance
Lightning Source LLC
LaVergne TN
LVHW072056060526
838200LV00061B/4754
* 9 7 8 1 8 3 4 1 6 5 4 9 3 *